हितोपदेश

प्रेरक कथा

हे पुस्तक **माझं** आहे.

मेहता पब्लिशिंग हाऊस

HITOPADESH PRERAK KATHA by Mohan Velhal

हितोपदेश प्रेरक कथा / बालसाहित्य
मोहन वेल्हाळ

संस्थापक : सुनील अनिल मेहता

प्रकाशक : मेहता पब्लिशिंग हाऊस प्रा. लि.,
१९४१ सदाशिव पेठ, माडीवाले कॉलनी, पुणे – ४११०३०.
✆ ०२०-२४४७६९२४
E-mail : production@mehtapublishinghouse.com
Website : www.mehtapublishinghouse.com

मुद्रक : श्री मुद्रा

प्रथम आवृत्ती : फेब्रुवारी, २००० / जुलै, २००७ / नोव्हेंबर, २०१५ / सप्टेंबर, २०२१ / पुनर्मुद्रण : एप्रिल, २०२४

मुखपृष्ठ व आतील चित्रे : देवीदास पेशवे

संचाची किंमत : ₹ ४००/-
(४ पुस्तकांचा संच)

P Book ISBN 9788171619849

बुद्धिमान कावळा

एका वनात छान तळे होते. तळ्याच्या काठी एका झाडावर कावळा-कावळीचे जोडपे राहत होते.

एकदा कावळीने दोन अंडी घातली. काही दिवसांनी त्यांतून दोन छोटी छोटी पिल्ले बाहेर आली. ही पिल्ले थोडी मोठी झाली नाहीत, तोच त्या झाडाच्या ढोलीत राहणाऱ्या एका कृष्णसर्पाने ती गिळून टाकली.

कावळा-कावळीला त्यामुळे फार वाईट वाटले. काय करावे ते त्यांना सुचेना.

पुन्हा अंडी घालण्याच्या वेळी कावळी म्हणाली, "हे झाड सोडून कुठंतरी दूर जाऊया. तिथं आपण नव्यानं घरटं बांधू. आपण याच झाडावर, याच घरट्यात राहिलो, तर याही वेळी तो कृष्णसर्प आपली पिल्लं खाऊन टाकील!"

कावळा म्हणाला, "तू मुळीच काळजी करू नकोस! यावेळी मी काहीतरी करीनच."

''त्या भयंकर विषारी कृष्णसर्पाला तुम्ही काय करणार?''

त्यावर कावळा म्हणाला, ''काहीतरी युक्ती करून मी त्याचा कायमचा काटा काढणार, हे नक्की!''

''पण तू नक्की काय करणार?''

कावळा म्हणाला, ''या तळ्यात आंघोळ करण्यासाठी इथला राजकुमार रोज येतो. पाण्यात उतरण्यापूर्वी तो आपले कपडे आणि अंगावरील अलंकार काठावर काढून ठेवतो.''

''मग?''

"उद्या तो आंघोळीसाठी इथं येईल. आपले अलंकार काढून ठेवील. मग तू हळूच त्यातला हार चोचीने उचल आणि या ढोलीत आणून टाक."

दुसऱ्या दिवशी नेहमीप्रमाणे राजकुमार आंघोळीसाठी तळ्यावर आला. त्याने सवयीप्रमाणे आपली वस्त्रे, हार वगैरे अलंकार काढून ठेवले. आपल्या सेवकांना त्यांवर लक्ष ठेवावयास सांगून तो तळ्यात उतरला.

कावळी या क्षणाची वाटच पाहत होती.

सेवक काठावर गप्पा मारण्यात दंग झाल्याचे पाहून ती झाडावरून अलगद खाली उतरली. झपकन् राजकुमाराचा मौल्यवान हार चोचीत उचलून उडाली.

त्याच वेळी राजकुमाराच्या सेवकांनी तिला पाहिले. कावळी नंतर जवळच्याच झाडावर बसलेली होती. तेही सेवकांनी पाहिले. तिला आता कशी पकडता येईल, याचा विचार ते करू लागले.

कावळी आपल्या घरट्याच्या दिशेने निघाली. ती मुद्दामच हळू उडत होती. हेतू हा, की त्या सेवकांना तिचा पाठलाग करणे सहज शक्य व्हावे.

कावळीने तो हार कृष्णसर्प राहत असलेल्या ढोलीत टाकून दिला. स्वत: ती झाडाच्या शेंड्यावर जाऊन बसली. कावळीने हार कुठे टाकून दिला आहे, हे राजकुमाराच्या सेवकांनी पाहिले. त्यांच्या हातांत भाले आणि काठ्या होत्या. त्यांनी डोकावून पाहिले. राजकुमाराचा हार ढोलीत पडलेला होता.

एका सेवकाने तो हार बाहेर काढण्याचा प्रयत्न केला, तोच

आत असलेल्या कृष्णसर्पाने भीतिदायक फुत्कार सोडला. त्या सेवकाने क्षणभर भीतीने हात मागे घेतला.

मात्र... पुढच्याच क्षणी त्याने काठीच्या एकाच तडाख्यात त्या कृष्णसर्पाला मारुन टाकले. हार घेऊन तो तळ्याच्या काठावर परत गेला.

बुद्धीच्या जोरावर अवघड गोष्टही सहज करता येते.

लोभाचं फळ

फार पूर्वीची गोष्ट. एका तळ्याच्या काठी एक म्हातारा झालेला वाघ बसला होता. त्याच्या हातात एक सोन्याचे कंकण होते. तो येणाऱ्या-जाणाऱ्याला उद्देशून म्हणत होता, "हे वाटसरूंनो, माझ्याजवळ हे सोन्याचं कंकण आहे. हे मी दान म्हणून देणार आहे." येणारा-जाणारा वाघाचे हे बोलणे ऐके; पण भीतीमुळे जवळ जाण्याचे धाडस कुणीच करीत नसे.

एकदा एका लोभी माणसाने वाघाचे हे बोलणे ऐकले. तो आपल्या मनाशी विचार करू लागला, 'माझं भाग्य उजळलं की काय? पण यात जिवाला धोका होण्याची शक्यता दिसते.'

वाघाने आपला पंजा उंचावून त्या माणसाला ते कंकण दाखवले. वाटसरू वाघाला म्हणाला, "एक भयानक प्राणी म्हणूनच लोक तुला ओळखतात. तुझ्यावर मी विश्वास कसा ठेवू?"

वाघ म्हणाला, "तुझं म्हणणंही बरोबर आहे. मी तरुण होतो, तेव्हा माझ्या हातून बऱ्याच वाईट गोष्टी घडल्या. पण काही दिवसांपूर्वी माझी एका साधुशी भेट झाली.

त्यानं मला सांगितलं, 'तू आता उरलेल्या आयुष्यात फक्त दानधर्म कर.' त्या दिवसापासून मी पूर्ण बदललो. आता मी रोज दानधर्म करतो. खरं तर माझं आता वय झालं आहे. माझ्या नख्या पूर्वीसारख्या धारदार राहिलेल्या नाहीत. दातही खिळखिळे झाले आहेत. तरी तुझा माझ्या शब्दावर विश्वास कसा बसत नाही?''

वाटसरू वाघाच्या मानभावी बोलण्यात अडकला. लोभाने प्रेरित होऊन त्याने वाघाच्या शब्दावर विश्वास ठेवला. दान स्विकारण्याआधी त्याला आंघोळ करणे आवश्यक होते.

तो आंघोळीसाठी तळ्यात उतरला, तो दलदलीत अडकून पडला. हात-पाय हलवून तो त्या दलदलीतून बाहेर पडण्याचा प्रयत्न करू लागला; पण व्यर्थ!

तो दलदलीत रुतल्याचे पाहून वाघ म्हणाला, ''अरेरे, हे काय झालं! तुम्ही या दलदलीतून बाहेर कसे पडणार? मी काही मदत करू का?'' असे म्हणत वाघ हळूहळू त्या वाटसरूजवळ जाऊ लागला. वाटसरू बाहेर यायचा प्रयत्न करत होता.

आता त्या वाटसरूच्या मनात आलं, ‘काय हे? नको त्या लोभानं मी या दुष्ट प्राण्यावर विश्वास ठेवला, ही माझी मोठीच चूक झाली!’

वाघापासून स्वत:ला वाचवण्यासाठी तो आता जोरजोराने हात-पाय हलवू लागला.

त्याच वेळी त्याला मदत करतोय असे दाखवत तो वाघ त्याच्याजवळ आला. झटकन् वाघाने त्याच्यावर झडप घातली.

अतिलोभ संकटातच टाकतो.

टिटवी आणि समुद्र

एका समुद्रकिनाऱ्यावर टिटवा-टिटवी राहत होते.

एकदा टिटवी म्हणाली, ‘‘एखादी सुरक्षित जागा शोधायला हवी. मला अंडी घालायची आहेत.’’

टिटवा म्हणाला, ‘‘ही जागा काय वाईट आहे?’’

‘‘ही जागा सुरक्षित नाही. इथे चारही बाजूंनी समुद्रच आहे. भरतीच्या वेळी अंडी कुठल्या कुठं वाहून जातील.’’

"काहीतरीच काय! कुठं समुद्र, कुठं तू! तो आपली खोडी काढू दे. मी त्याला चांगलाच धडा शिकवीन!"

अंडी घालता यावी, अशी दुसरी जागा शोधण्यास टिटवा उत्सुक नव्हता.

अखेर टिटवीने समुद्राजवळच अंडी घातली.

दोघांचा संवाद समुद्राने ऐकला होता. टिटव्याचे बोलणे त्याने लक्षात ठेवले.

पाण्याच्या जोरदार लाटेसरशी टिटवीची अंडी वाहून गेली. टिटवीला वाईट वाटले. रडत रडत ती म्हणाली, "माझी भीती खरी ठरली. समुद्रानं माझी अंडी अखेर नेलीच."

टिटवा म्हणाला, "तू मुळीच चिंता करू नकोस! मी आपली अंडी नक्की परत आणीन!"

टिटवा आपल्या मित्रांकडे गेला. झालेले सर्व त्याने मित्रांना सांगितले.

मग टिटव्याचे मित्र त्याला घेऊन आपल्या राजाकडे गेले.

टिटव्याने आपले म्हणणे गरुडाला सांगितले. तो म्हणाला, "महाराज, मी माझ्या घरट्यात माझ्या पत्नीबरोबर सुखात राहत होतो. मी समुद्राला कधीच त्रास दिलेला नाही. मग त्यानं माझ्याशी असं का वागावं?"

गरुड त्याला समजावत म्हणाला, ''तू मुळीच काळजी करू नकोस. मी काहीतरी करतो!''

त्यांच्याशी बोलून गरुड भगवान विष्णूंकडे आला.

भगवान विष्णूंनी गरुडाला पाहून विचारलं, ''बोल, काय काम काढलंस?''

''भगवान! पक्ष्यांचा राजा म्हणून तुम्ही माझी नेमणूक केलीत. हा समुद्र खूप त्रासदायक झाला आहे. किनाऱ्यावर राहणाऱ्या एका छोट्या टिटवीची अंडी त्याने ओढून नेली.''

''चल पाहू. मी तुझ्याबरोबर येतो. आपण समुद्रालाच विचारू!''

प्रत्यक्ष भगवान विष्णू आपल्या दिशेने येत असल्याचे पाहून समुद्र सावध झाला. त्याने लगबगीने नमस्कार केला. भगवान विष्णूंनी त्याला विचारले, ''टिटवा-टिटवीच्या जोडप्यानं तुझी काय आगळीक केली आहे?''

''काहीही नाही, महाराज...''

''मग तू त्यांची अंडी का वाहवून टाकलीस?''

समुद्र काय उत्तर देणार? तो गप्प उभा राहिला.

टिटव्याची धाव कुठवर जाते याचा अंदाज घ्यावा, म्हणून त्याने ही खोडी काढली होती. प्रत्यक्ष भगवान विष्णूंपर्यंत हे प्रकरण पोहोचेल, असे त्याला स्वप्नातही वाटले नव्हते. तो अपराध्यासारखा खाली मान घालून उभा राहिला.

भगवान विष्णूंनी त्याला आज्ञा केली, ''त्या टिटवीची अंडी तिला तात्काळ परत करून टाक!''

''जशी आज्ञा, महाराज!'' असे म्हणून समुद्राने टिटवीची अंडी तिला परत केली.

भगवान विष्णु गरुडावर आरूढ होऊन निघून गेले.

प्रत्येकाला आपल्या शक्तीची परिपूर्ण कल्पना हवी.

ब्राह्मण आणि भामटे

एका गावात एक गरीब, साधा-भोळा ब्राह्मण राहत होता. त्याने शेजारच्या गावी एक बोकड विकत घेतला. तो घेऊन आपल्या गावाकडे निघाला. बोकड लहान होता, म्हणून त्याने तो खांद्यावर घेतला होता.

रस्त्यात लबाड मित्रांचे एक त्रिकूट उभे होते. खांद्यावर बोकड घेऊन चाललेल्या त्या भोळसट ब्राह्मणाकडे त्यांचे लक्ष गेले.

त्यांनी ठरवले, 'ह्या ब्राह्मणाच्या खांद्यावरचा बोकड काहीही करून पळवायचाच.' ते तिघेही, त्या वाटेवर थोड्या थोड्या अंतरावर बसून राहिले.

तो ब्राह्मण पुढे चालू लागला. पहिला धूर्त त्याला भेटला, "अरे अरे अरे! हे काय भटजीबुवा! इतकं घाणेरडं कुत्रं खांद्यावर घेऊन कुठं चाललात?"

ब्राह्मण म्हणाला, “शहाणाच आहेस! हे काय कुत्रं आहे? दिसत नाही, बोकड आहे ते?”

असे म्हणून तो ब्राह्मण पुढे जाऊ लागला.

काही पावले चालून गेला नाही, तोच दुसऱ्या धूर्ताने त्याला विचारले, “भटजीबुवा, तुमची कमालच आहे! अहो, हे कुत्रं खांद्यावर घेऊन कुठं निघालात? छ्याः छ्याः छ्याः!”

ब्राह्मण मनाशी विचार करू लागला, ‘हे काय चाललंय?’

त्याने खांद्यावरचा बोकड उतरवून खाली घेतला. त्याचे मागून-पुढून, खालून-वरून बारकाईने निरीक्षण केले. त्याची स्वत:ची खात्री पटली, की हा बोकडच आहे. त्याने त्याला पुन्हा खांद्यावर घेतले. आपल्या गावाच्या दिशेने तो भरभर निघाला.

आता तिसरा धूर्त भेटला. तो म्हणाला, ''भटजीबुवा, तुम्हांला वेड तर लागलेलं नाही? अहो, हे कुत्रं खांद्यावर घेऊन तुम्ही कुठं चाललात?''

झालं! ब्राह्मण कमालीचा अस्वस्थ झाला. त्यालापण वाटायला लागलं, 'आपण खरोखरच एक कुत्रंच घेऊन निघालो आहोत. एकाच वेळी तीन-तीन माणसं खोटं का सांगतील?'

शेवटी ब्राह्मणाने बोकडाला तिथेच उतरवले. मागेही न बघता तो आपल्या वाटेने निघून गेला.

कोणाच्यातरी बोलण्यावर उगाच विश्वास ठेवू नये.

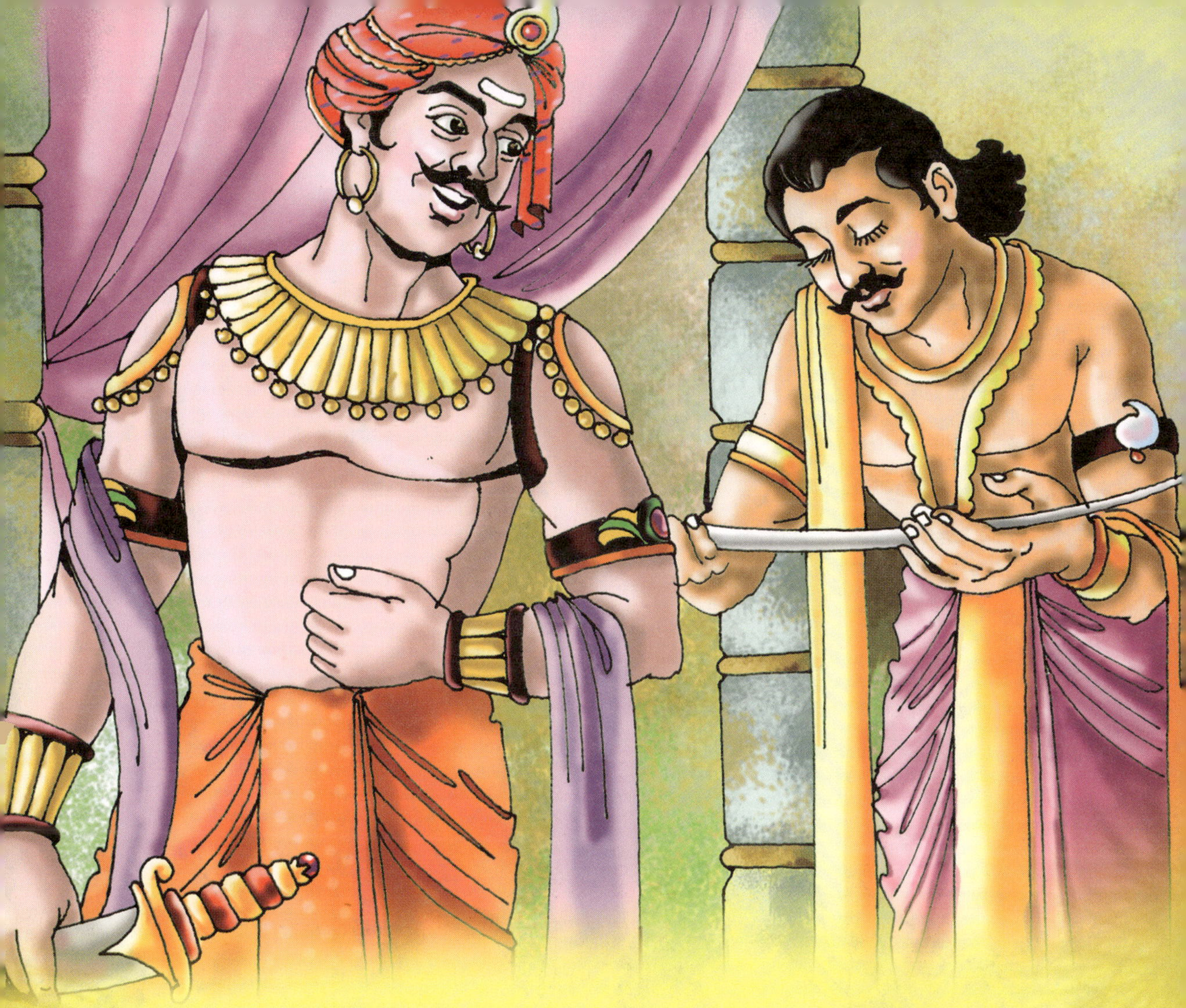

वीरवराचं बलिदान

एका देशाचा राजकुमार दुसऱ्या राज्यात आला. त्याचे नाव वीरवर.

राजवाड्याच्या महाद्वाराशी पोहोचताच तो द्वारपालाला म्हणाला, ''मी एक राजकुमार आहे. येथील महाराजांची सेवा करण्याची माझी इच्छा आहे.''

द्वारपालाने वीरवराचा निरोप महाराजांकडे पोहोचवला. महाराजांनी वीरवराला बोलावून घेतले.

राजकुमाराने प्रणाम करून म्हटले, “महाराज, आपण मला आपल्या सेवेत घ्यावं, अशी आपल्या चरणी विनंती आहे.”

राजा शूद्रकाने विचारले, “तुला वेतन किती द्यावं लागेल?”

“रोज पाचशे सुवर्णमुद्रा!”

महाराजांना मोठे आश्चर्य वाटले. त्यांनी विचारले, “आहे काय एवढं विशेष तुझ्याकडं?”

राजकुमार म्हणाला, “हे दोन हात... आणि ही एक तलवार. एवढंच माझ्याकडं आहे.”

“...आणि त्यासाठी रोज एवढं वेतन? कसं जमणार? शक्य नाही!”

राजाचा नकार ऐकून वीरवर तिथून जायला निघाला.

शूद्रकाचा प्रधान त्याला जाताना पाहून म्हणाला, ''महाराज, मला वाटतं, वीरवराला नोकरीवर ठेवून घ्यावं. त्याची चार दिवस कसून परीक्षा घ्यावी आणि त्याला दिलं जाणारं वेतन हे उचित आहे, की नाही, हे ठरवावं.''

राजाने आपला विचार बदलला. त्याने वीरवराला थांबवले. त्याला त्या दिवसाचे वेतन म्हणून पाचशे सुवर्णमुद्रा दिल्या आणि त्याची पाठवणी केली.

त्याला दिलेल्या पाचशे सुवर्णमुद्रांचे तो काय करतो आहे, यावर लक्ष ठेवण्यासाठी राजाने त्याच्यामागे गुप्तहेर पाठवले.

वीरवराने मिळालेल्या वेतनाच्या अर्धी रक्कम देव-देवतांच्या पूजेसाठी आणि ब्राह्मणांना दक्षिणा देण्यात खर्च केली. उरलेल्यापैकी अर्धी रक्कम त्याने गोर-गरिबांसाठी खर्च केली. राहिलेली रक्कम स्वतःच्या कुटुंबासाठी खर्च केली.

तो दिवस-रात्र हातात तलवार घेऊन राजद्वारावर उभा राही. राजाने आज्ञा केल्याशिवाय तो घरीसुद्धा जात नसे.

त्या दिवशी वद्य चतुर्दशी होती. मध्यरात्रीच्या वेळी राजाने कुणा स्त्रीच्या रडण्याचा आवाज ऐकला. त्याने विचारले, ''कोण आहे रे तिकडे?''

तिथे वीरवर उभा होता. त्याने उत्तर दिले, ''महाराज, मी वीरवर.''

''कोण रडतंय तिकडे? बघ रे!''

''जशी आज्ञा, महाराज!'' असे म्हणून वीरवर त्या आवाजाच्या दिशेने धावत गेला. तो गेल्यानंतर राजाला वाटले, 'आपण हे बरोबर केलं नाही. काही झालं तरी तो राजकुमार आहे. त्याला असल्या काळ्याकुट्ट रात्री एकट्याला पाठवायला नको होतं''... आणि हातात तलवार घेऊन राजाही त्याच्या पाठोपाठ धावला.

ते दोघेही गावाबाहेर आले.

अलंकार-आभूषणांनी नटलेली एक सुंदर स्त्री तिथे रडताना त्यांना दिसली.

वीरवराने तिला विचारले, ''तू कोण आहेस आणि इथं बसून अशी का रडते आहेस?''

ती तरुणी म्हणाली, ''मी शूद्रक राजाची राजलक्ष्मी आहे. शूद्रकाच्या छत्रछायेखाली मी इतकी वर्षं अत्यंत आनंदात राहिले. आता मात्र मी इथून निघाले आहे.''

वीरवर म्हणाला, ''एखादी समस्या आपल्यासमोर उभी ठाकते, तेव्हा त्यावरचा काही ना काही उपाय सुद्धा सापडू शकतो. मला एक सांग, आम्ही काय करावं, म्हणजे तू इथून जाणार नाहीस. तू त्याचा उच्चार करावयाचा अवकाश, आम्ही तो लगेच अंमलात आणू!''

राजलक्ष्मी म्हणाली, ‘‘हे पाहा, मी इथंच राहावं, असं तुला मनापासून वाटत असेल, तर तुला बलिदान द्यावं लागेल.’’

‘‘काय करावं लागेल मला?’’

‘‘तुझा पुत्र शक्तिधर बत्तीस गुणांनी युक्त आहे. त्याचा देवी मंगलेच्या चरणी बळी दिलास, तर मी इथंच चिरंतन काळासाठी राहीन.’’

असे म्हणून राजलक्ष्मी अंतर्धान पावली.

वीरवर घरी आला. त्याने पत्नीला आणि मुलाला उठवले.

वीरवराने सगळी हकीकत त्यांच्या कानांवर घातली.

त्यावर शक्तिधर प्रसन्न मुद्रेने म्हणाला, ''आज माझं जीवन धन्य झालं! आम्ही महाराजांचे ऋणी आहोत. माझं शरीर अर्पण करण्यास मी आनंदानं तयार आहे!''

वीरवराची पत्नी म्हणाली, ''आपण आपलं कर्तव्य पार पाडलं पाहिजे.''

मग ते तिघेही देवीच्या मंदिरात गेले. वीरवराने देवीची विधिवत पूजा केली.

नंतर तो म्हणाला, ''देवी, प्रसन्न हो! महाराज शूद्रकांचा विजय असो! या बळीचा स्वीकार करावा!''

असे म्हणून वीरवराने आपल्या मुलाचे शिर कापून देवीच्या चरणांवर वाहिले.

मग वीरवराच्या मनात विचार आला, 'आता अशा पुत्रविहीन अवस्थेत जगण्यात काय आनंद?'

त्याने स्वत:चेही शिर देवीच्या चरणी वाहिले.

त्याच्या पत्नीने हे पाहिले. तत्काळ तिनेही आपले शिर कापून देवीच्या पायांवर वाहिले.

ही विलक्षण घटना पाहून राजाचा थरकाप उडाला.

त्याला वाटले, 'आजवर या वीरवरासारखा नरश्रेष्ठ मी पाहिलाच नाही. आता त्याच्या बलिदानानंतर मी जगण्यात तरी काय अर्थ?' असा विचार करून राजाने तलवार उपसली. तो स्वतःचे शिर कापणार तोच...

देवी प्रकट झाली. राजाचा हात हाती घेऊन म्हणाली, "पुत्रा, मी तुझ्यावर प्रसन्न झाले आहे. एवढं साहस करण्याची काहीच आवश्यकता नाही. तुझी राजलक्ष्मी तुझ्या राज्यात सतत राहील."

राजाने देवीला साष्टांग नमस्कार घातला.

तो म्हणाला, ''देवी, मला काहीही नको. एकच कृपा कर. या वीरवराला, त्याच्या पत्नीला व मुलाला जिवंत कर!''

देवी म्हणाली, ''तुझं आत्मबळ आणि वीरवराविषयीचं प्रेम पाहून मी प्रसन्न झाले आहे. तुझा सर्वकाळ विजय असो!''

लगेच देवीने वीरवर, त्याची पत्नी व शक्तिधर यांना जिवंत केले.

देवी अंतर्धान पावली.

वीरवर आपल्या बायको-मुलासह घरी परत आला.

आपल्यामागोमाग राजा मंदिरात आल्याचे त्याला माहीत नव्हते. राजाही गुपचूप आपल्या महालात परत आला.

दुसऱ्या दिवशी सकाळी राजाने वीरवराला 'रात्री काय काय घडले,' ते विचारले.

वीरवर म्हणाला, "महाराज, मला पाहताच ती रडत असलेली स्त्री एकाएकी अदृश्यच झाली."

एवढंच...

वीरवराने अन्य कुठल्या गोष्टीचा उल्लेखही केला नाही.

राजा मनाशी विचार करू लागला, 'केवढा हा थोर माणूस! याचं कौतुक करावं तेवढं थोडंच!'

राजाने रात्री घडलेल्या सर्व घटनांचा वृत्तान्त विस्तारपूर्वक निवेदन केला. साऱ्या राजसभेने आश्चर्यचकित होऊन तो ऐकला आणि वीरवराची प्रशंसा केली.

यानंतर राजाने कर्नाटक राज्याचा कारभार वीरवराकडे सोपवला.

कर्तृत्वाने माणूस मोठ्या पदावर जातो.

लोभी कोल्हा

एका गावात एक शिकारी राहत होता. एके दिवशी तो तीरकमठा घेऊन रानात शिकारीला गेला.

त्याला वाटेत एक हरीण दिसले. शिकाऱ्याने त्या हरणाची शिकार केली. त्याला खांद्यावर टाकून तो आपल्या घराकडे निघाला.

वाटेत त्याला एक भलेमोठे रानडुक्कर दिसले.

शिकाऱ्याने हरणाला जमिनीवर उतरवून ठेवले. धनुष्याला बाण लावून तो रानडुकरावर सोडला. बाण अंगात घुसताच डुक्कर शिकाऱ्यावर वेगाने चालून गेले. डुकराच्या जोरदार मुसंडीमुळे शिकारी जखमी होऊन धाड्दिशी खाली पडला. थोड्याच वेळात मरण पावला.

रानडुकराला बाण वर्मी लागलेला होता. शिकारी जिथे मरून पडला होता, तिथेच तोही थोड्याच वेळात मरून पडला.

याच वेळी एक साप तिथून चालला होता. दोघांच्याही शरीरांच्या ओझ्याखाली चिरडल्यामुळे तोही तिथेच मरून पडला.

शिकारीच्या शोधात असलेला एक कोल्हाही तिथे येऊन पोहोचला. हरीण, रानडुक्कर, शिकारी आणि साप तिथेच होते. त्यांना पाहताच त्याला प्रचंड आनंद झाला.

कोल्ह्याच्या तोंडाला तत्काळ पाणी सुटले.

'यांच्या मांसावर माझे कित्येक दिवस सहज निघून जातील. आजचा दिवस ह्या धनुष्याची दोरी खाऊनच भागवावा. कारण तीही कुणा पशूच्याच आतड्याची बनवली आहे!'

असा विचार करून त्याने धनुष्याची दोरी चघळावयास सुरुवात केली. तोच ती दोरी अचानक तुटली. धनुष्य ताडकन् सरळ झाले. त्याचा जोरदार फटका कोल्ह्याच्या छातीवर बसला. त्या जीवघेण्या फटक्याने कोल्हा तत्काळ मरून पडला.

अति हाव संकटात टाकते.